त्रिवेणी

अभिप्राय

तीन ओळींचा अर्थवाही संगत – 'त्रिवेणी'
दैनिक लोकमत, १-९-२००२

गुलज़ारांच्या 'त्रिवेणी'चा सारस्वत अनुवाद
सकाळ, रविवार, १७ नोव्हेंबर, २००२

शान्ता शेळके यांनी मृत्युपूर्वी हा अनुवाद पूर्ण केलेला नवा आकृतिबंध असून, कोणत्याही भारतीय-भाषातील कवितेत हा रचनाबंध नाही. त्रिवेणी ही त्यांची कवितेतील देणगी आहे.
दैनिक तरुण भारत, बेळगाव, २८-८-२००२

त्रिवेणी

गुलज़ार

अनुवाद
शान्ता ज. शेळके

मेहता पब्लिशिंग हाऊस

◆ *या पुस्तकातील लेखकाची मते, घटना, वर्णने ही त्या लेखकाची असून त्याच्याशी प्रकाशक सहमत असतीलच असे नाही.*

TRIVENI by GULJAR

त्रिवेणी / अनुवादित कवितासंग्रह

अनुवाद : शान्ता ज. शेळके

Email : author@mehtapublishinghouse.com

© मेघना गुलज़ार

प्रकाशक   : सुनील अनिल मेहता, मेहता पब्लिशिंग हाऊस,
               १९४१, सदाशिव पेठ, माडीवाले कॉलनी, पुणे – ३०.

मुखपृष्ठ   : चंद्रमोहन कुलकर्णी

रेखाचित्रे   : प्रशांत मुखर्जी

मलपृष्ठावरील
छायाचित्र   : मेघना

प्रकाशनकाल : १८ ऑगस्ट, २००२ / मार्च, २००४ / सप्टेंबर, २००९ /
               नोव्हेंबर, २०१४ / पुनर्मुद्रण : मार्च, २०२०

P Book ISBN 9788177663389
E Book ISBN 9788184985795
E Books available on : play.google.com/store/books
www.amazon.in
https://books.apple.com

शान्ताबाई —

आप सरस्वती की तरह ही मिली ।
और सरस्वती की तरह ही गुम हो गयी ।

ये 'त्रिवेणी'
आप ही को अर्पित कर रहा हूँ ।

गुलज़ार

त्रिवेणी वाहू लागली...

अगदी प्रारंभी जेव्हा मी कवितेचा हा विशिष्ट आकृतिबंध निर्माण केला, तेव्हा ही त्रिवेणी शेवटी कोणत्या संगमाला जाऊन मिळणार आहे, याची मला काहीच कल्पना नव्हती. या रचनेला मी 'त्रिवेणी' नाव दिले ते येवढ्याचसाठी, की इथे पहिल्या दोन कवितापंक्तींचाच गंगा-यमुनेप्रमाणे संगम होतो आणि एक संपूर्ण कविता तयार होते. पण या दोन प्रवाहांखालून आणखी एक नदी वाहते आहे. तिचे नाव आहे सरस्वती. पण ती गुप्त आहे. डोळ्यांना दिसत नाही. 'त्रिवेणी'चे काम ही सरस्वती दाखवून देणे आहे. सरस्वती म्हणजे तिसरी कवितापंक्ती. ती पंक्ती पहिल्या दोन पंक्तींमध्येच कुठे तरी लपली आहे. अंतर्भूत झाली आहे.

एकोणीसशे बहात्तर-त्र्याहात्तर साली, प्रसिद्ध साहित्यकार कमलेश्वरजी 'सारिका' मासिकाचे संपादक असताना 'त्रिवेणी' ही 'सारिका'मधून प्रकाशित होत होती आणि आता—

'त्रिवेणी' वयात यायला सत्तावीस-अठ्ठावीस वर्षें जावी लागली.

गुलज़ार

उडून जाताना पाखराने फक्त इतकेच पाहिले
किती तरी वेळ फांदी हात हालवत होती
निरोप घेण्यासाठी? की पुन्हा बोलावण्यासाठी?

◆

काय ठाऊक कसा कुठून घाव घालील अचानक
मी तर या आयुष्यालाच घाबरतो फक्त!
मरणाचे काय? ते तर एकदाच मारून टाकते!

◆

साऱ्यांनाच येणार आहे मरण प्रत्येकाच्या वेळेनुसार
मृत्यू हाच न्यायाधीश, चालत नाही तिथे कमीअधिक

असे आयुष्य का नाही साऱ्यांना नेमके लाभत?

◆

कोण खाणार? कुणाचा हा वाटा?
दाण्यादाण्यावर लिहिले आहे नाव

शेठ सूदचंद मूलचंद जेठा!

◆

आजचा पेपर इतका भिजलेला कसा?
उद्यापासून हा पेपरवाला बदलून टाका
'या वर्षी पाचशे गावे पुरात वाहून गेली!'

चतुर्दशीच्या चंद्राला पुन्हा आग लागली आहे बघा
आज खूप उशीरापर्यंत उजेड पडत राहील

अमावास्या येईपर्यंत त्याची राख होऊन जाईल!

◆

दारुगोळा,   स्फोट,   भडका,   बॉम्ब,   घोषणा
शहरात ठिकठिकाणी आगी पेटल्या आहेत

तोडून टाका सारे निर्बन्ध – आज 'बंद' पुकारला आहे!

◆

रात्रीच्या झाडावर कालच पाहिला होता त्याला
आकाशातून चंद्र पिवूून गळायला आला होता

सूर्य येऊन गेला ना? झडती घ्या बरे त्याची!

वेसात पाण्याचा थेंब असा चमकत आहे
जसा बंदीत पडलेला एक एकाकी काजवा!
काय बिघडले छत जरा गळू लागले तर?

सांजेला जळणारी मेणबत्ती बघत होती वाट
अजून कसा कुणी पतंग आला नाही इथे?
असेल कुणी सवत माझी जवळच कुठे जळत!

डोळ्यांना सांग तुझ्या, इतक्या लोकात
मोठ्या आवाजात एवढ्या, बोलू नका ना माझ्याशी?

लोकांना माझे नाव ओळखू यायचे कदाचित!

काळ्यासावळ्या नदीतीरावर गुलमोहोराचे झाड
जसा लैलेने भांगात भरलेला सिंदूर
बघ ना! धर्मच बदलून गेला बिचारीचा

फ्रॉकची कड उचलून डोळ्यातले काजळ पुसणारी छोटी
छोट्याने अचानक टॉर्च उजळला, बिचारी किती गोंधळली

पाहिली मी कोवळी पहाट उगवत्या सूर्याला लाजताना!

◆

केवळ हवाच भरलेली असावी या बॉम्बगोळ्यांमधून, बघा ना,
नुसती सुई टोचली तरी चुटकीसरसे जातील लोळागोळा होऊन!
मला वाटते, लोक पुरेशा त्वेषाने बॉम्ब बनतच नाहीत आजकाल!

◆

आम्हाला गालिबने दिली होती दुवा
मागितले होते आमच्यासाठी हजार वर्षांचे आयुष्य

पण वर्षे तर दिवसातच संपून चालली आहेत!

आईचा आशीर्वाद : चंद्रासारखी देखणी वधू मिळेल!
आज संध्याकाळी ती 'चंद्र'मुखी पाहिली फुटपाथवरून

चंद्र भाकरीसारखा जळत राहिला रात्रभर!

सारा दिवस बसलो होतो हातात भिकेचा कटोरा घेऊन
रात्र आली, चंद्राची कवडी आत टाकून निघून गेली

आणि आता हा कंजूष दिवस ही सुद्धा हिरावून घेईल!

◆

विचार   भिरकावला   मी   बेफिकीरपणे   अवकाशात
तो आता ईश्वरापाशी जाऊन पोहोचणार की त्याच्याही पार जाणार?

की   पलीकडे   जाऊनही   पुन्हा   माझ्यापाशीच   येणार?

◆

या, सारेजण आरसेच वेढून घेऊ अंगभर
साऱ्यांना आपलाच चेहरा दिसत राहील त्यात
आणि साऱ्यांना सारेच सुंदर वाटतील इथे!

◆

हातात हात मिळवला, जरा विचार करून नावही घेतले माझे,
जणू एखाद्या कादंबरीचे अंतरंग वरवर चाळूनच प्रथम पाहिले...
काही नाती पुस्तकात बंदिस्त असतानाच चांगली वाटतात!

◆

सांजवेळ मला अगदी लगटून निघून गेली, पण
भोवती दाटू लागलेल्या रात्रीने जीव घाबरतो आहे

आणि माथ्यावर चढणाऱ्या दिवसाचेही त्यामुळेच भय वाटते आहे

रोजचा नाही तो सकाळचा झगडा, नाही रात्रीची ती बेचैनी
नाही पेटत चूल तसे धगधगत नाहीत डोळे सुद्धा!

ही भयाण शांतता आणि मी घरात असा उदास!

आली समोरून, पाहिले, बोलली दोन शब्द
हसली सुद्धा! सारे लाघव जुन्या ओळखीखातर

कालचा पेपर होता, उघडून पाहिला, ठेवून दिला

भडकलेल्या वणव्यासारखी माझ्याजवळून जातेस
कुठल्या ज्योतीपासून उजळले आहे देवाने तुला?

माझे घर तर काड्यामोड्यांचे, आलीस तरी काय बिघडले?

◆

बिछान्यावरून ओढावी चादर ओहटणारी नदी
तळाशी झोपलेल्या कुणाला शोधते आहे ती?

पाण्यात बुडलेल्यांना झोपूही देत नाही सुखाने!

दुसरे महायुद्ध संपूनही किती वर्षे उलटली, तरी
अजूनही कामावर येणारे काही जपानी ऑफिसर लपतछपत भेटले –
आपण आता कधी भेटणार? आताही तू नाराज आहेस का?

◆

रोज उठून टांगायचा चंद्र रात्री आभाळात
रोज दिवसाच्या उजेडात रात्र होईतो वाट बघायची

हातभर अंतर पार करण्यासाठी आयुष्यभर चालावे लागते!

◆

कुठे उधळते आहे धूळ, कुठे टोचताहेत खडे
ठेचकाळत चालली आहे पोरवयाची हवेची झुळूक
किती सुंदर वाटतात हे कौमार्यातले बालिश आविर्भाव!

रात्र चंद्राच्या नौकेत आणते आहे चांदण्या भरून
सकाळ होता होता विकल्या जाताहेत त्या आधीच
हल्ली रात्रीचा व्यापार फारच भरभराटला आहे!

केवळ पाण्याचा आवाज येतो आहे झुळझुळता, मंद
घाट सोडून सारे नावाडी कधीच निघून गेले आहेत
चला ना! आपण या चंद्राच्या नौकेतूनच तलाव पार करू!

ही जमीन त्याची, इथले हे ऐश्वर्य, सारे सारे त्याचे
हे सारे त्याचेच, हे घर आणि इथली ही माणसेही
सांगा ईश्वराला, कधीही यावे त्याने आपल्या या घरात!

कुणी होते प्रतीक्षेत, कुणी विरहात, कुणी मीलनातही
किती लोक कालच्या रात्री चंद्राच्या नौकेत होते
सकाळ होण्याची मात्र कुणीच बघत नव्हते वाट!

◆

कोणी कदाचित येईल, ऐकेल या कवीचे गीत
तर तो कवितेच्या दुःखानेच मरून जाईल!
चांदणे रात्रभर झगमगत राहिले!

◆

एखाद्या घासासारखी झोप गिळून टाकते मला
रेशमी पायमोजे पायातून अलगद निघावेत तशी...

आणि सकाळी वाटते, थडग्यातून बाहेर पडतो आहे मी!

आयुष्याच्या खेळात रस्सीखेच चालली आहे एकाच बाजूने
रस्सीचे दुसरे टोक माझ्या हाती दिले असते तर गोष्ट वेगळी!

प्रतिस्पर्धी तगडा तर आहेच, शिवाय तो समोरही येत नाही!

◆

ती रागावून बसलेली असते नेहमी तर काही होत नाही
जेव्हा केव्हा भेटते तेव्हा मात्र डोळे घळघळ वाहतात!

सांगा ना, कुणाच्या वाट्याला बहरत्या ऋतूतच दुःख यावे?

◆

लोकांची तर मेळ्यामध्ये सुद्धा चुकामूक होते
पण भेटतातच ना कहाणीच्या एका सुंदर वळणावर?

तसे कायमचे थोडेच कुणी दुरावते परस्परांना?

◆

रात्रीने माझ्या घरावर डाका घालण्यापूर्वींच
मी माझे एकाकीपण आत कुलुपबंद करून येतो

आणि सैरावैरा धावणाऱ्या रस्त्यांवर 'गरबा' नाचत राहातो!

◆

तुझ्यासाठी मी हे आकाशही लुटले तरी
थोडेसे चमकदार आरसे फोडून काय मिळणार?

चंद्र बोटात रुतला तर भळभळत राहील!

तांबडे फुटले, कोवळ्या किरणात काचेची तावदाने झगमगली
घरी जाण्याची वेळ झाली, पाहा ना, सकाळचे पाच वाजले

घड्याळाने इमानेइतबारे रात्रभर चौकीवर पहारा केला!

रात्री   थकल्या   भागल्या   रस्त्यावर   एक सावली
हलत डुलत आली, खांबावर धडकली, गतप्राण झाली
खचित, काळोखाचीच कुणी बेवारस अवलाद असणार ती!

◆

रांगेत ठेवलेल्या पुस्तकाची पाने फडफडू लागली अचानक
हवा   दार   ढकलून   थेट   घरात   घुसली
हवेसारखीच तूही कधीतरी इथे येजा कर ना!

◆

अशा बेलगाम उसळत आहेत हृदयातल्या आकांक्षा
जसे 'मेक्सिकन' चित्रपटात घोडे बेफाम दौडणारे!

या साऱ्या आकांक्षा तबेल्यात करताच येत नाहीत ठाणबंद!

कधी   कधी   असेही   घडते   बाजारात...
किंमत रास्त होती, पण खिशात पुरेसे पैसे नव्हते

असाच एकदा तुझ्याकडून आलो होतो तुला हरवून!

◆

तसे आम्ही कुठे वळलो नाही, कधी आमचा रस्ताही वळला नाही
एक झाले मात्र, कुठे उतार लागला, कुठे होता चढ,

मी खाली खालीच जात राहिलो, तू जाऊन बसलीस उंचावर!

◆

किती दूरपर्यंत होता तो माझ्याबरोबर, आणि एके दिवशी
मागे वळून बघतो तर तो आता सोबत नव्हता!

खिसाच फाटका असेल तर काही नाणी हरवूनही जातात!

◆

जिच्याबरोबर श्वासाचे नाते जोडले होते मी
ते नातेच, दातांनी धागा तोडावा तसे, तोडले तिने! आणि...

आता कटलेल्या पतंगाचा तुटका मांजा लुटला जातो आहे मोहल्ल्यात!

◆

कुणी दोस्त होते माझे, असायचे सतत माझ्याबरोबर
आले कुणी, घेऊन गेले त्यांना, पुन्हा आलेच नाहीत ते
फळीवरून काढलेल्या पुस्तकांची जागा पडली आहे रिती!

◆

इतका प्रदीर्घ आळस दिला तिने, की, हात
निखाऱ्यासारख्या सूर्यापर्यंत थेट जाऊन पोहोचला!
बघा ना, चंद्रासारखा फोड आला आहे बोटावर!

◆

या बडबडणाऱ्या शब्दांना पकडा चिमटीत
फेकून द्या, चिरडून टाका पावलांखाली बेलाशक

अफवांना रक्त पिण्याची सवय असते!

मारून टाका हे विषारी डास, उठणाऱ्या आवाजांचे —
त्यांच्या चाव्याने सूज येत राहाते

मच्छरदाणी लावूनही जगणे अवघड झाले आहे!

बांगड्यांचे तुकडे रुतले, पावले रक्ताळली
अनवाणी पायांनी खेळत होते पोरगे अंगणात
काल बापाने दारू पिऊन आईचा हात पिरगाळला होता!

किती तरी आणखी सूर्य उडाले आसमंतात...
मी आकाशाचे गूढ उकलत होतो
ती टॉवेलने ओले केस झटकत होती!

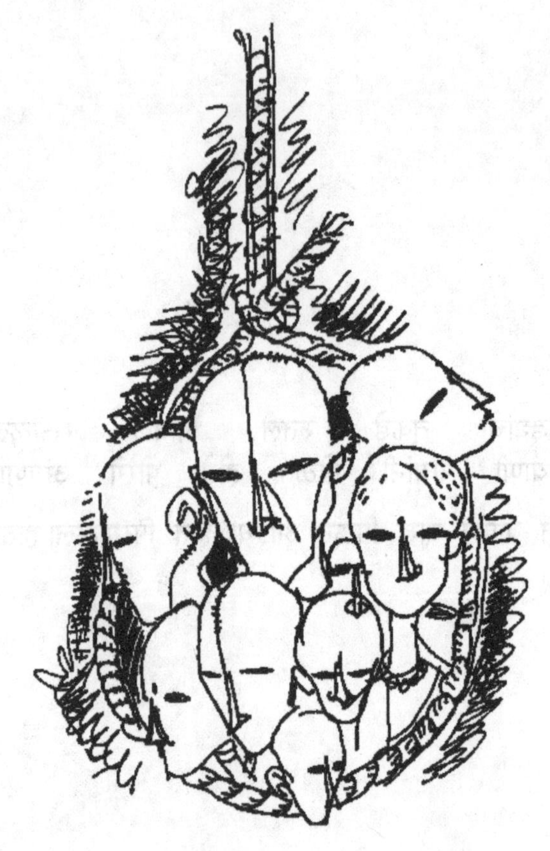

गल्लीत सगळीकडे पत्रके वाटली जाताहेत
आपली कत्तल करणारांनाच निवडून घ्या!
जवळ येऊन ठेपली आहे निवडणुकीची अवघड घटका!

◆

इतक्या सावधगिरीने चंद्र उगवला आहे आभाळात
जशी रात्रीच्या काळोखात खिडकीशी येतेस तू
काय! चंद्र आणि जमीन यांच्यातही आहे काही आकर्षण?

◆

पृथ्वी   घालते   आहे   सूर्याभोवती   प्रदक्षिणा
आणि चंद्र फिरतो आहे पृथ्वीभोवती रात्रंदिवस

आम्ही आहोत तिघेजण, आमचे कुटुंब आहे तिघांचे!

पूर्वी जंगलातून जायचो तर क्वचित माणसांची वस्तीही भेटायची
आता वसतीत एखादे झाड दिसले तर भरून येते हृदय...

भिंतीवरचे सब्जांचे रोप बघताना आठवते, इथे पूर्वी जंगल होते!

♦

जाता जाता तुझ्या गाडीचे दिवे लाल झाले अचानक
वाटले असेल तुला, थांबावे की परत मागे यावे?

पण तू 'सिग्नल' तोडून भलत्याच रस्त्याला वळलीस!

♦

अशा रणरणत्या उन्हातही एकटा नव्हतो मी
एक सावली माझ्या आगेमागे धावत होती सारखी

तुझ्या आठवणीने एकटे राहूच दिले नाही मला!

असे डोळ्यात भरून राहिले आहे तुझे रूप
की अनोळखी लोकही ओळखीचेच वाटत आहेत

तुझ्याशी नाते जोडले आणि साऱ्या जगाशी जवळीक झाली!

डोळ्यांचे आरसे असे जागजागी तडकले आहेत
की कुठलाच चेहरा आता पूर्णपणे दिसत नाही

लोक तुकड्यातुकड्यातूनच भेटत आहेत तेव्हापासून!

◆

एक घर सगळ्यांचे, सारे एकाच ठिकाणचे रहिवासी
या परक्या शहरात कुणीच नाही परके वाटत

साऱ्यांची एक व्यथा, सारे एकाच नात्याने बांधलेले!

झाडे तोडल्यामुळे नाराज झाली आहेत पाखरे
आता तर दाणे टिपण्यासाठीही येत नाहीत घरात

कोणी बुलबुलसुद्धा वळचणीला बसत नाहीत येऊन!

जरा पॅलेट सांभाळ हा रंगांचा, सुगंधांचा
आकाशाचा कॅनव्हास उघडतो आहे मी...
माणसाचे चित्र पुन्हा एकदा रेखाटून पहा!

◆

कसला विचित्र कपडा दिला आहे मला शिवायला!
एकीकडून खेचून घ्यावा तर दुसरीकडून सुटून जातो...
उसवण्या शिवण्यातच सारे आयुष्य निघून गेले!

◆

लहानपणीच्या जखमेचा डाग दिसतो आहे चंद्राच्या कपाळावर
दिवसभर   दगड, धोंडे, गलोल घेऊन खेळत होता
कितीदा सांगितले, बरी नाही संगत त्या उनाड उल्कांची!

◆

कुंपणाच्या काटेरी तारांमुळे हवा जखमी होते
तुझ्या सरहद्दीजवळून जाताना नदी मस्तक टेकते...
माझा एक दोस्त रावी नदीच्या पल्याड राहतो आहे!

◆

मी आपले सारे सामान घेऊन आलो होतो बॉर्डरच्या अलीकडे
माझे मस्तक मात्र कुणी कापून ठेवून दिले तिकडेच –
माझ्यापासून अलग होणे रुचले नसावे तिला कदाचित!

◆

मी राहातो दोस्तांच्या घरभिंतीच्या अलीकडे, पण
माझी सावली मात्र भिंतीच्या पलीकडे पडते
किती भंगूर आहे ही देहाची आणि प्राणांची सीमा?

कुणालाही ठावठिकाणा विचारला त्याचा
तर दरवेळी नवाच पत्ता सांगितला जातो आहे!
तो बेघर आहे की दिसेल त्या घरात शिरणारा?

काय सांगू? कशी आठवण मरून गेली?
पाण्यात बुडून प्रतिबिंबेही मृत झाली...

स्थिर पाणी सुद्धा किती खोल असते?

◆

झुंबराला हलकेच स्पर्श करीत हवा वावरते घरात
तेव्हा तुझ्या आवाजाचेच जणू ती शिंपण करत राहाते

गुदगुल्या केल्या की तू अशीच खुदखुद हसायचीस ना!

◆

एक एक आठवण उचलून, पापण्यांनी पुसून ठेवून दे पुन्हा
हे अश्रू नाहीत, डोळ्यांत जपून ठेवलेले मूल्यवान आरसे आहेत

खाली पडल्या तर किंमती चिजा फुटून जायच्या कदाचित!

◆

देह आणि प्राण धुंडाळून पाहू या
हे गाठोडेही नीट उघडून पाहू या जरा
तुटका फुटका ईश्वर त्यातून बाहेर येईल कदाचित!

◆

जिंदगी काय आहे ते जाणण्यासाठी
जिवंत   राहाणे   आवश्यक   आहे

पण आजवर जगलाच नाही ना कुणी!

समुद्र जेव्हा खळबळून घुसळून निघतो वादळात
जेवढे काही मिळालेले असते ते ठेवतो किनाऱ्यावर

माणसांनी पाण्यात फेकलेले कर्म मात्र घेऊन जातो बरोबर!

दिवस रात्र असे विखुरले आहेत
जसा तुटला आहे मोत्यांचा हार
जो घातला होतास तूच एकदा माझ्या गळ्यात

तिथे दिसतो आहे तसा नाहीच मुळी
आरशावर उमटला आहे तो चेहरा!
एकूण काय, आरशातले प्रतिबिंब खरे नाही!

◆

झोपडीतले चिमुकले बाळ रडता रडता
आईवर रुसून आपले आपणच झोपी गेले आहे
तात्पुरता 'युद्धविराम' झालेला दिसतो आहे!

◆

शोधतो आहे या देहाच्या खोलीत आणखी कुणाला
एक जो मी आहे, एक जो आणखी कुणी चमकतो आहे

एका म्यानात दोन तलवारी राहातात कशा?

♦

आळसावलेले ऊन खाली उतरले नाही अजून
थंडीने गारठलेले ते छपरावर झोपून राहिले आहे

आणि उत्साहाच्या पांघरुणाच्या तर कधीच फाटून चिंध्या झाल्या आहेत!

♦

अशी आली तुझी आठवण अचानक
जशी झाडांच्या गर्दीतून निघावी पाऊलवाट

उभा आहे मी घनदाट भूतकाळाच्या जंगलात

◆

'मीर' नेही पाहिले आहेत तुझे ओठ,
म्हणून म्हणतो, 'ही जणू गुलाबाची पाकळीच आहे!'
बोलणे ऐकले असते तर गालिब झाला असता!

खिडक्या बंद आहेत, दारांनाही कुलपे लागली आहेत
तर मग ही स्वप्रे पुन्हा पुन्हा घरात कुठून येतात?
झोपेतही एखादा झरोका खुलाच असतो वाटते?

बन्याच दिवसांनंतर हँगरवरचा कोट काढला
कॉलरवर केवढा लांबलचक केस सापडला

आठवते आहे, गेल्या हिवाळ्यामध्ये घातला होता अंगात

तुझ्या गावात कधीच येऊन पोहोचलो असतो –
पण वाटेत किती नद्या आडव्या पडल्या आहेत!

मधले पूल तूच जाळून टाकले आहेत!

◆

तुझे ओठ हल्ली किती कोरडे भावशून्य वाटतात!
एकेकाळी या ओठांवर सुंदर कविता उमटायच्या!
आता त्याच ओठांनी कोरडे वर्तमान लिहायला कधी सुरुवात केली?

◆

एक   शेत   आहे,   एक   नदी   आहे
दोघे   जोडीजोडीने   राहतात...   वाहतात...
शेतकरी आहेत, नावाडी आहेत, सारे नोकर चाकर आहेत!

◆

बसमध्ये बसल्याबरोबर शोधू लागलो मान वळवून
का कोण जाणे, वाटले, तू आहेस जवळच कुठेतरी
तुझ्या आवडीचा सेंट फवारला होता कुणी अंगभर!

◆

कोपऱ्यातल्या सीटवर आणखी दोघे बसले आहेत
गेले काही महिने तेही आपापसात झगडा करताहेत!

वाटते आहे, आता कारकून सुद्धा बहुधा लग्न करणार!

अशी काही तुझी आठवण पेटून उठली की बस!
जशी आगकाडी पेटवावी कुणी गडद काळोखात

फुंकून टाक ती! नाही तर चटका बसेल बोटाला!

दिवस ढळला आणि डोळ्यातल्या पाण्यात एक चेहरा झळझळत उठला
ताज्या   ओल्या   जखमेसारखा   प्रकाश   सर्वत्र   पसरला

जळणाऱ्या ज्योतीमधून किती ठिणग्या विरघळून खाली पडल्या!

जे लिहाल त्याची साक्ष देईन मी बिनचूक
माझी किंमत तर चेहऱ्यावरच लिहिलेली आहे

साधे पोस्टकार्डच आहे ना मी?

◆

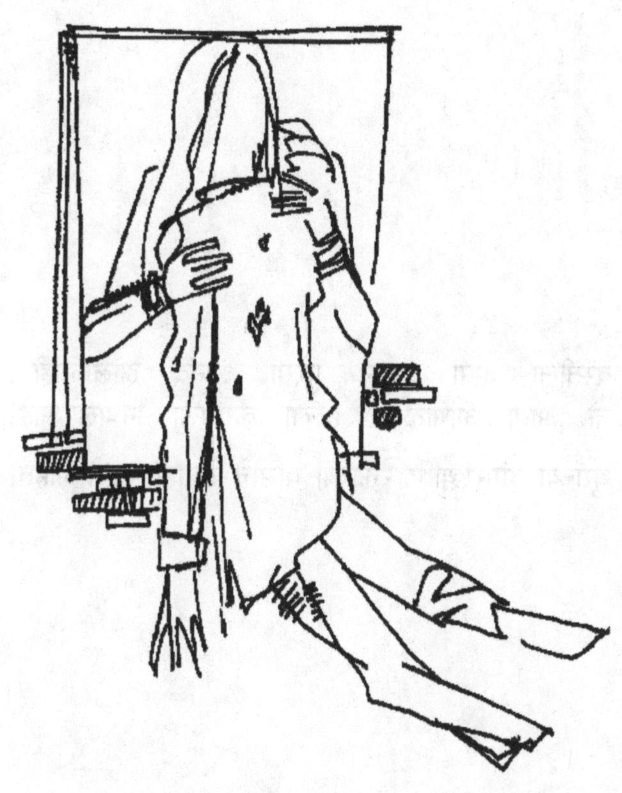

काटेरी तारेवर वाळत टाकले आहेत कुणी ओले कपडे
ठिबकते आहे थेंब थेंब रक्त, वाहून जाते आहे मोरीतून

काय त्या जवानाची विधवा रोज धुते त्याचा सैनिकी वेष इथे?

◆

वस्तीला आग लावून पुरेसा आनंद झाला नाही...
तो आता आभाळावर हल्ला करायला निघाला आहे!

धुराच्या अंगरख्यावर रक्ताच्या वासाचे डागही पडले आहेत!

शेतकऱ्याने चालवला नांगर, जमीनदाराचे झाले शेत
वाण्याने दुकानातला गल्ला भरला, ती तर ईश्वराची कृपा

मातीची गादी तर पुन्हा रिती, जिने शेत रुजवले होते!

आता तर सभ्यता, संस्कृती, कला सारेच वाटून टाकले आपसात
कुठून कुणी साद घालणार नाही की प्रतिसाद देणार नाही
सारा अवकाश जणू कात्रीने कापून टाकला आहे आम्ही!

◆

चला, आपले बोलणे एकमेकांत वाटून घेऊ या
तुम्ही काही ऐकायचे नाही, मी समजून घ्यायचे नाही!
दोन अडाण्यांमधला किती हा सुसंस्कृत संवाद!

◆

सारे डोंगरांचे उतार, पर्वत उदास झाले आहेत
बहरणाऱ्या वसंतऋतूने जणू आत्महत्या केली आहे

बारूद पेरलेल्या सीमेवरच पाऊल ठेवले होते त्याने...

◆

मोजून मापून कालगणना होते वाळूच्या घड्याळात
एक बाजू रिती होते तेव्हा घड्याळ पुन्हा उलटे करतात
हे आयुष्य संपेल त्यावेळी तो नाही असाच मला उलटे करणार?

◆

साऱ्या प्रवासात माझी जाणीव असते माझ्याबरोबर
परत फिरावेसे वाटते, पण प्रवृत्ती होते पुढे पुढेच जाण्याची!

रस्ते   पावलात   रस्सीसारखे   गुरफटत   राहतात...

माझ्या काचेच्या दरवाजाबाहेर चिमण्या उडताहेत
उन्हाच्या नाचणाऱ्या ठिणग्या सजीव झाल्या आहेत

मी मात्र चिंतांचे एक गाठोडे बनून पडलो आहे घरात!

◆

दगडी भिंत, लाकडी फ्रेम, काचेच्या आड ठेवलेली फुले जपून
एक सुगंधी कल्पना किती आच्छादनात बंद!

प्रेमाला तर हृदयाचे एक आवरण पुरेसे, आणखी किती वेष चढवायचे?

◆

हा अर्धा चंद्र गडद काळ्या आभाळावरचा
जणू काळ्या हबशिणीची काळोख चाटणारी जीभ

सकाळपर्यंत कढई चाटून साफ करून निघून जाईल!

सर्कशीचा तंबू उभारलेला आहे
कसरत करणारे झोक्यावर आंदोळत आहेत

बुद्धीचे हे खेळ संपतच नाहीत कधी!

चला ना, बसू या गोंगाटातच, जिथे काही ऐकायला येत नाही,
या शांततेत तर विचारही कानात सारखे आवाज करतात
हे कंटाळवाणे पुरातन एकाकीपण सतत बडबडत असते!

◆